இந்தியாவிலுள்ள யுனெஸ்கோ உலகப் பாரம்பரிய மையங்கள்

United Nations
Educational, Scientific and
Cultural Organization

கேவலாதேவ் பறவைகள் சரணாலயம்

பறவைகளின் ராஜ்ஜியம்

ஆங்கிலத்தில்: இராக் பரூச்சா

தமிழில்: தி.அ. ஸ்ரீனிவாஸன்

சித்திரம்: மாயா ராமசாமி

ஆல் சில்ட்ரன் பப்ளிஷிங்

சில நேரங்களில் ஒரு சின்ன நிகழ்ச்சி நமது வாழ்க்கையின் திசையையே மாற்றிவிடலாம்.

1906ஆம் ஆண்டு மும்பையில் ஒரு சிறுவன் பொம்மைத் துப்பாக்கியுடன் விளையாடிக்கொண்டிருந்தான். ஒரு குருவியை நோக்கி விளையாட்டாகச் சுட்டான்; அந்தப் பறவை நிலத்தில் வந்து விழுந்தது, உயிரற்று! அந்தப் பையன் மிகவும் மனங்கலங்கிப் போனான். பறவைகளைப் பற்றி நிறைய அறிந்துகொண்டு அவற்றைக் காப்பதற்கான அனைத்து உதவிகளையும் செய்வேன் என்று அப்போது அவன் உறுதிபூண்டான்.

அந்தச் சிறுவன்தான் பிரபல பறவையியலாளரான சலீம் அலி.

கேவலாதேவ் தேசிய பூங்கா — பரத்பூரிலுள்ள ஒரு பறவைகள் சரணாலயம் — உருவாவதற்கு அவரும் உறுதுணையாக இருந்தார். நமது கதை அந்தப் பூங்காவில்தான் தொடங்குகிறது!

டிசம்பர் மாதத்து ஓர் அதிகாலையில் 7ஆம், 8ஆம் வகுப்புகளைச் சேர்ந்த மாணவர்கள் குழு ஒன்று இயற்கையைப் பற்றி அறிந்துகொள்வதற்காக ஆக்ராவிலிருந்து ஒருநாள் பயணமாக கேவலாதேவ் தேசிய பூங்காவிற்கு வந்தது.

அந்த அனுபவம் அவர்களை மிகவும் சந்தோஷப்படுத்தியது. அவர்களில் ஒருவனான தேவ் சொன்னான் "நானும் ஒரு பறவையியலாளனாகப் போகிறேன்!"

அவன் அப்படி சொல்ல என்னதான் அங்கு பார்த்தான்? வாருங்கள், பார்க்கலாம்.

குழந்தைகள் சரணாலயத்தின் வாயிலில் பஸ்ஸை விட்டு இறங்கி உள்ளே சென்றனர். வேறொரு உலகத்திற்குள் நுழைவது போலிருந்தது அவர்களுக்கு! எங்கும் அமைதி, ஒரே பசுமை, மென்மையான நடைபாதைகள். வாகனங்களின் இரைச்சலோ நெருக்கடியோ இல்லை. சைக்கிள்கள், சைக்கிள் ரிக்ஷாக்களின் மெல்லிய மணியோசை மட்டும்தான். இத்துடன் அங்கு வழிகாட்டிகளாகவும் இருக்கும் ஓட்டுநர்களின் தணிந்த பேச்சுக்குரல்கள்.

குழந்தைகளை விலங்கியலாளரான முனைவர் கிரந்தி யார்டியும் ரூபா மேடமும் டாக்டர் இராக் பரூச்சாவும் சந்தித்தனர். மருத்துவரான டாக்டர் பரூச்சா பறவைகள் பற்றி ஏராளம் தெரிந்தவர். அங்கிருந்த ஓர் உள்ளூர் வழிகாட்டி, தூரத்திலுள்ள மரத்தை நோக்கி வைக்கப்பட்டிருந்த தனது டெலஸ்கோப்பைக் குழந்தைகளிடம் காண்பித்தார். டெலஸ்கோப் வழியாகப் பார்ப்பதற்குக் குழந்தைகள் முண்டியடித்துக் கொண்டு வந்தனர். அந்த மரத்தில் உட்கார்ந்திருந்த மைனாக்களின் கூட்டத்தை மிக அருகில் அதன் வழியாகப் பார்த்தனர்.

“டெலஸ்கோப்பை அசைக்காமல் கவனமாகப் பாருங்கள். பறவைகளை நோக்கி நான் பொருத்தியிருக்கிறேன். வேறெங்காவது அதன் நோக்கு மாறிப்போய்விடப் போகிறது” என்றார் வழிகாட்டி.

டாக்டர் இயற்கைவளப் பாதுகாப்பில் ஈடுபாடு கொண்டவர், பல ஆண்டுகளாக இந்தச் சரணாலயத்திற்கு வந்துகொண்டிருக்கிறார். ஒருவர் பலமுறை வரும்படிக்கு இந்தச் சரணாலயத்தில் அப்படி என்னதான் சுவாரஸ்யமாக இருக்கிறது என்று யோசித்தனர் குழந்தைகள்.

கருப்பு வெள்ளை நாகணவாய்

பொன்முதுகு
மரங்கொத்தி
மீன்கொத்தி
செந்நாரை

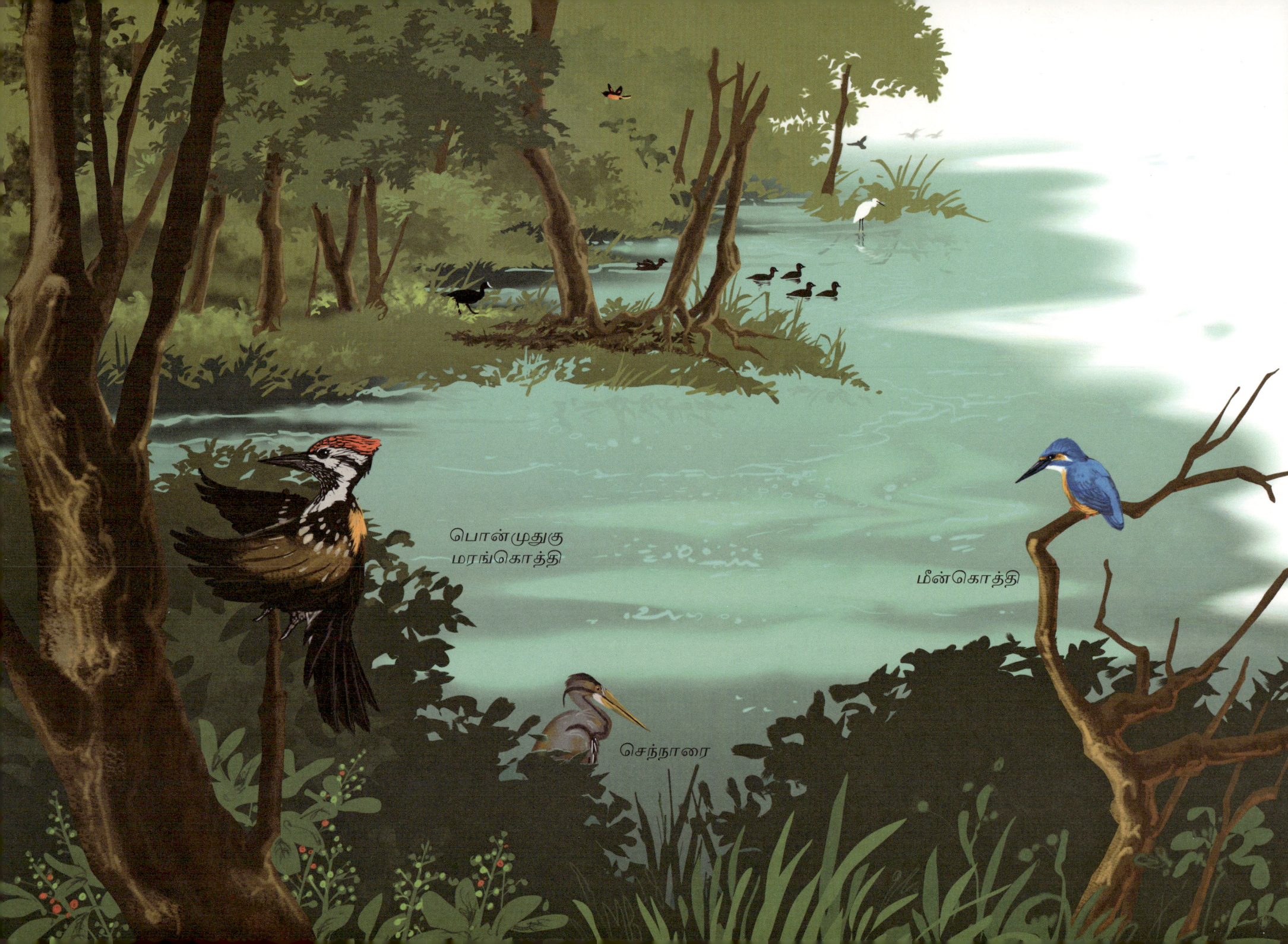

அந்த அதிகாலைப் பனிமூட்டத்தின் ஊடாகக் கூர்ந்து பார்த்தபோதுதான் அவர்களுக்கு மெல்ல விளங்கியது, உண்மையில் அந்தச் சரணாலயம் அமைதியாக இல்லை என்பது. ஏராளமான பறவைகள் குரல் கொடுத்துக் கொண்டும் சன்னமாகப் பாடிக் கொண்டும் விளையாட்டாக அங்குமிங்கும் பறந்துகொண்டும் இரை தேடிக் கொண்டும் இருந்தன! குழந்தைகள் குழுக்களாக இருந்ததைப் போலவே அவையும் கூட்டமாகச் சேர்ந்துகொண்டு ஓயாது சத்தமிட்டபடியே வானத்தில் சிறகடித்துப் பறந்தபடி இருந்தன.

இந்தப் பறவைகளைக் கணிக்கவே முடியாது – ஒரு நிமிடம் மரக்கிளையில் அசையாமல் இருக்கும், கண்ணிமைக்கும் நொடிதான் – விஷ்ஷ் – பறந்து போயாயிற்று. அவற்றை அவதானிப்பதற்கு ஒரே வழி ஆடாமல் அசையாமல் அமைதியாக இருப்பதுதான். ஆனால் உற்சாகத்திலிருந்த குழந்தைகள் அடங்குவதற்குச் சிறிது நேரம் பிடித்தது.

அப்போது அங்கே 'பரத்பூர் இசைக்குழுவின் கச்சேரி' தொடங்கியது. கீச்சுகீச்சுகள், சீழ்கைகள், குக்கூக்கள், அலறல்கள், டிவிட்டுவிட்கள், டிரிடிரிக்குகள் என ஒரே அமர்க்களம். அவர்களைச் சுற்றிலும் பறவைகளின் இசைக்கச்சேரி.

பின்னர் ஹர்திக் இப்படி எழுதினான், "மீண்டும் இங்கே வந்து இந்தப் பறவைகளின் பாட்டையும் அழகையும் உள்வாங்கிக்கொள்ள வேண்டும் என்று மனதார விரும்புகிறேன்"

"சரணாலயம் என்றால் என்ன?" ருக்ஷானாவிடம் சுனிதா கேட்டாள். ருக்ஷானாவுக்குச் சரியாகத் தெரியவில்லை, எனவே ரூபா மேடத்திடம் சுனிதா கேட்டாள்.

"சரணாலயம் என்பது ஒருவர் தன்னைப் பாதுகாப்பாக உணரும் இடம்" என்ற ரூபா மேடம் மேலும் தொடர்ந்தார். "பல இடங்களிலும் மனிதர்கள் மரங்களை வெட்டியும் நீர்ப்பரப்புகளை மண்கொண்டு நிரப்பியும் வீடுகளையும் தொழிற்சாலைகளையும் கட்டுகிறார்கள். இந்த மரங்களும் நீர்ப்பரப்புகளும்தான் பறவைகளின் வாழிடங்கள்; இவை இல்லாமல் பறவைகள் வாழ வேறு இடம் கிடையாது. எனவே, 'பறவைகள் சரணாலயம்' என்பது நிறைய மரங்களும் உணவும் அமைந்த, பறவைகள் வாழ்வதற்குப் பாதுகாப்பான ஓர் இடம்"

சாம்பல் இருவாய்ச்சி

அவர்கள் பேசிக்கொண்டிருந்தபோது, ஒரு பறவை ஓர் அத்தி மரத்தில் அமர்ந்து பழத்தைத் தின்றுகொண்டிருப்பதைப் ஹர்திக் பார்த்தான். "பறவைகள் என்ன மாதிரியான உணவுகளை உண்ணும்?" என்று அவன் டாக்டரிடம் கேட்டான்.

"பறவைகள் கறாரான உணவுப்பழக்கம் கொண்டவை" என்றார் டாக்டர். "அவற்றைப் பொதுவாக பழந்தின்னிகள் என்றும் மீன், புழு உண்ணிகள் என்றும் பிரிக்கலாம்."

"உவ்வே, புழுக்களா!" என்றாள் பூனம்.

வல்லூறு போன்ற அடித்துண்ணும் பறவைகள் பிற சிறிய பறவைகளைப் பிடித்துத் தின்றுவிடும் என்பதைக் கேட்டு திலீப்புக்குக் கொஞ்சம் மனவருத்தம்தான்.

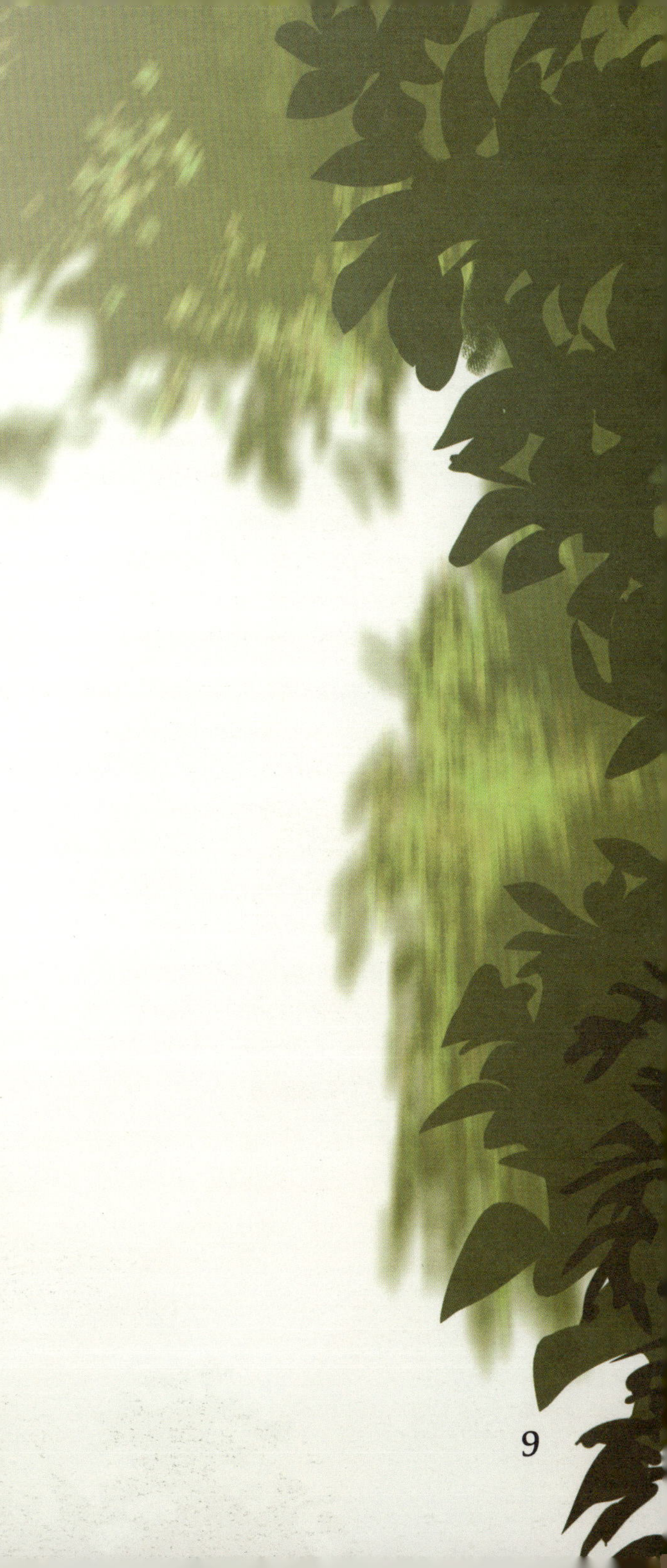

ஒவ்வொரு வகைப் பறவைக்கும் அதற்கேயுரிய தனித்த உணவுகள் உண்டு என்றும் தங்களது சுற்றுப்புறங்களிலிருந்து அவை தங்களுக்கேயுரிய வழியில் உணவைப் பெற்றுக் கொள்கின்றன என்றும் டாக்டர் அவர்களிடம் சொன்னார். பறவைகளை மரத்தில் வாழ்பவை, நீர்பரப்புகளில் வாழ்பவை என இரு பெரும்பிரிவாகப் பிரிக்கலாம் என்றார் அவர்.

நீர்ப்பரப்புகளில் ஆயிரக்கணக்கில் பறவைகள் நீந்திக் கொண்டிருக்கும். சில நீரின் மேற்பரப்பிலிருந்து உணவை எடுத்துக்கொள்ளும், சில உணவுக்காக நீருக்குள் முக்குளிக்கும். மரத்தில் வாழும் பறவைகள் பழங்கள், பூந்தேன், பூச்சிகள் இவற்றை உண்டு வாழ்கின்றன.

மாங்குயில்களும் கிளிகளும் பழந்தின்னிகள். மைனாக்களும் மரங்கொத்திகளும் மரங்களில் துளையிட்டுப் பூச்சிகளைத் தேடிப் பிடித்து உண்பவை. ஈப்பிடிப்பான்களும் கரிச்சான்களும் பஞ்சுருட்டான்களும், பூச்சிகள் ஒரு பூவிலிருந்து மற்றொரு பூவிற்கோ ஒரு பழத்திலிருந்து மற்றொரு பழத்திற்கோ தேன் குடிப்பதற்காக பறக்கும்போது அவற்றைப் பிடித்துத் தின்கின்றன.

ஊசிவால் வாத்து

நீலத் தாழைக்கோழி

நாமக்கோழி

பொன்முதுகு
மாங்குயில்

பறவைகளின் பெருக்கத்தைக் கட்டுப்படுத்துவதற்குப் பூச்சிகளையும் சிறிய பறவைகளையும் பிடித்து உண்ணும் பறவைகள் உள்ளன. இதனால்தான் மைனாக்களும் தேன் சிட்டுகளும் கதிர்க்குருவிகளும் உள்ளன. சிறுபறவைகள் தாவர உணவை உண்கின்றன. அதனால் சரணாலயம் முழுக்க மரங்களும் செடிகளும் நிறைந்துள்ளன என்றார் டாக்டர்.

உணவு பிரமிடுக்கு இது ஒரு நல்ல உதாரணம் – அதன் மேல் அடுக்கில் அடித்துண்ணும் பறவைகள், அதற்குக் கீழே சிறிய பறவைகள், அவற்றிற்கும் கீழே மரங்களும் செடிகளும். நமக்கான உணவு, வயல்களிலிருந்து சந்தைக்கு வந்து, அங்கிருந்து நமது சமையலறைக்கு வந்து, அங்கிருந்து நமது உணவுத்தட்டுக்கு வருகிறது. ஆனால், பரத்பூரில் பறவைகளுக்குப் பசியெடுக்கும்போது, அவை தமக்கு வேண்டிய உணவை மரங்களிலிருந்தும் நீரிலிருந்தும் நிலத்திலிருந்தும் எடுத்துக்கொள்ளளும்.

காரிச்சான்
பஞ்சுருட்டான்
மைனா
காட்டுச்சிலம்பன்கள்

சாலையோரத்தில் ஒரு மீட்டர் உயரமுள்ள ஒரு பெரிய மண்குவியல் இருந்தது. இது என்ன குழந்தைகள் கட்டிய மணற்கோட்டையா? இல்லை.

அது கறையான்கள் கட்டியிருக்கும் அடுக்குமாளிகை.

கறையான்கள் நிலத்தைத் தோண்டி, ஒரு பெரிய குழியெடுத்துத் தங்கள் இருப்பிடமாக்கி, குஞ்சுகளை அதில் வைத்து வளர்க்கின்றன. நாம் பருவ நிலைக்குப் ஏற்றாற்போல வீடுகளில் குளிர்சாதனத்தையோ அல்லது வெப்பமூட்டும் இயந்திரத்தையோ பயன்படுத்துவதுபோல, கறையான்கள் புற்றுகளில் சுவர்களையும் திறப்புகளையும் ஏற்படுத்தி வெப்பநிலையைச் சமனப்படுத்துகின்றன. மழைக்காலத்திலும்கூட புற்று காய்ந்துதான் இருக்கும், ஆயிரக்கணக்கான கறையான்கள் புற்றுகளை மேலே கட்டி எழுப்பியும் பராமரித்தும் தங்கள் கூட்டத்தைப் பாதுகாத்து வரும். ஒவ்வொரு கூட்டத்திற்கும் ஒரு ராணி இருக்கும்; அதுதான் முட்டையிடும். வேலைக்காரக் கறையான்கள் அவற்றைப் பராமரிக்கும். வளர்ந்த கறையான்கள் மழைக்காலத்தில் சிறகுமுளைத்துப் பறந்துவிடும்.

ஒவ்வோர் அடிக்கும் ஒரு கறையான் புற்று இருப்பதைக் குழந்தைகள் பார்த்தார்கள். "இந்தச் சரணாலயத்தில் எவ்வளவு லட்சம் கறையான்கள் இருக்குமோ!" என்றார் டாக்டர்.

மழை பெய்துகொண்டிருந்த நாளொன்றில் ஒரு கறையான் புற்றில் நடந்த கதையை அவர் சொன்னார். நூற்றுக் கணக்கில் ஈசல்கள் தங்கள் கூட்டைவிட்டு அடர்ந்த மேகங்களைப் போல வெளிக்கிளம்பின. வெளிச்சத்தில் அவற்றின் இறக்கைகள் மினுமினுத்தன. பசியோடிருந்த பறவைகள் பல அவற்றைப் பிடிப்பதற்காகச் சுற்றி வந்தன. காட்டுச் சிலம்பன்களும் மைனாக்களும் கரிச்சான்களும் ஈசல்கள் வெளியேறி அவை பறப்பதற்குள்ளாகவே பிடித்து வாயில் போட்டுக்கொண்டன. ஓர் ஓணான் புற்றின் மீது சௌகரியமாக அமர்ந்துகொண்டு, தனது நீண்ட நாக்கினால் – த்ளப் – ஈசல்களை ஒவ்வொன்றாகப் பிடித்து உள்ளே தள்ளிக்கொண்டிருந்தது.

"என்ன ஒரு விருந்து அன்று!" என்றார் டாக்டர்.

கீச்சான்

பறவைகளின் பல அம்சங்களை வைத்து அவற்றை வேறுபடுத்திப் பார்க்க முடியும் – அவற்றின் வடிவம், வண்ணம், இறக்கையின் வடிவம், அவற்றின் குரல் போன்றவற்றை வைத்து. முனைவர் யார்டியிடம் ஒரு வழிகாட்டிப் புத்தகம் இருந்தது – சலீம் அலியின் *இந்தியப் பறவைகள்*. குழந்தைகள் தாங்கள் பார்த்த பறவைகளை நினைவுகூர்ந்து அந்தப் புத்தகத்தில் அவற்றைத் தேடித் தெரிந்துகொள்ள முயன்றார்கள்.

உச்சாணிக் கிளையிலிருந்து ஒரு பறவை கம்பீரமாகச் சுற்றும் முற்றும் பார்த்தது.

"இதுதான் பறவைகளின் தலைவனாக இருக்க வேண்டும்." கிசுகிசுத்தாள் பூனம். "அதன் தலையில் தொப்பியிருப்பதைப் பார்."

தேவ் வழிகாட்டிப் புத்தகத்தைப் பார்த்து அந்தத் தொப்பி உண்மையில் ஒரு 'கொண்டை' என்றும் அந்தப் பறவை கொண்டைப்பாம்புண்ணிக் கழுகு – அது பாம்புகளைத் தின்பதால் அந்தப் பெயர் – என்றும் தெரிந்துகொண்டான்.

கிளிகளின் கூட்டம் ஒன்றைப் பார்த்து லீலா கேட்டாள். "ஏன் சிலவற்றுக்கு மட்டும் கழுத்தில் சிவப்பு வளையமிருக்கிறது?"

பறவைகளில் ஆண் பறவைகள்தான் பெட்டைகளைக் காட்டிலும் அதிக பிரகாசமான வண்ணத்தோடு இருக்கும் என்பதைக் கேட்டு அவளுக்கு ஆச்சரியமாகப் போய்விட்டது. பின்னர் அவள் தனது குறிப்பேட்டில் இப்படி எழுதினாள் "ஆண்கிளிகள் கழுத்தில் சிவப்பு நிற வளையத்துடன் மிக அழகாக இருந்தன."

சட்டென்று வானத்தில் கருமை சூழ்ந்தது. நுக்ஸானா தலையை உயர்த்திப் பார்த்தபோது, பிரம்மாண்டமான பறவைகளின் கூட்டம் ஒன்று கடந்துபோவதைக் கண்டாள். அந்தப் பறவைகள் இருவாய்ச்சிகள் என்று குழந்தைகள் அடையாளம் செய்தனர். அவை ஒன்றுக்கொன்று அழைக்கும் குரல் அழகான சேர்ந்திசையாக ஒலித்தது.

"அவற்றை உங்களால் பார்க்க முடியாவிட்டாலும், அவற்றின் குரலை வைத்து – உங்கள் நண்பர்களை அவர்களின் குரலை வைத்து அடையாளம் காணுவதுபோல – அவற்றின் இருப்பை அறிந்து கொள்ள முடியும்" என்றார் முனைவர் யார்டி.

"பறவைகளின் மொழி தெரிந்தவர்கள் யாராவது இருக்கிறார்களா? என்று கேட்டாள் சுனிதா.

பறவைகள் தங்கள் கூட்டத்துடன் தொடர்பு கொள்ளவோ, எச்சரிக்கைச் செய்யவோ வேறு வேறான குரல்களைப் பயன்படுத்துகின்றன என்று விளக்கினார் டாக்டர். மேலும் அவை இணை சேரும் காலங்களில் தங்கள் இணையை ஈர்ப்பதற்கு விசேஷமான பாடல்களைப் பாடுகின்றன.

காதல் பாடல்கள் என்று எண்ணிய திலீப் தனக்குள் சிரித்துக்கொண்டான்.

அப்போது ஓர் அருமையான இசையொலி கேட்டது. அது ஒரு வண்ணாத்திக்குருவி; ஒரு மரக்கிளையில் ஊஞ்சலாடியபடி பாடிக்கொண்டிருந்தது.

சாம்பல் இருவாட்சி

கொண்டைப்பாம்புண்ணிக் கழுகு

சின்னான்கள்
நீலான்

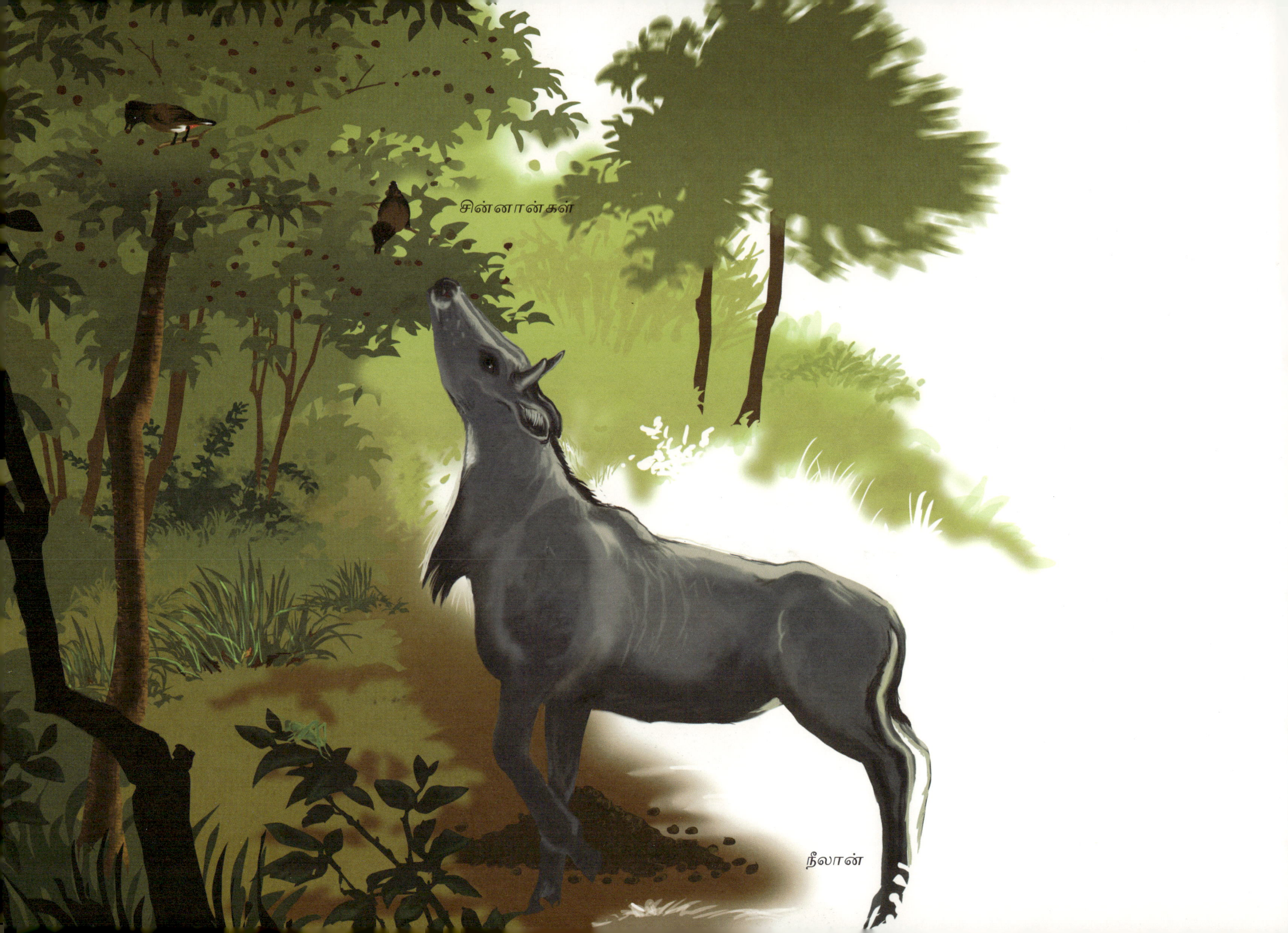

பறவைகளைப் பார்ப்பதிலேயே மும்முரமாக இருந்த அவர்கள், அந்தச் சரணாலயத்தில் விலங்குகளும் இருக்கின்றன என்பதை மறந்தே விட்டார்கள்! கவுரன்ஷ் பெரிய விலங்கொன்றைக் கண்டான். "குதிரைப்போல பருத்திருந்தாலும் அழகாகத்தான் இருக்கிறது" அது ஒரு நீலான்; செடிகொடிகளை மேய்ந்துகொண்டிருந்தது.

அந்தச் சரணாலயம் பல சிறுவிலங்குகளுக்கும் வாழிடமாக இருக்கிறது – காட்டுப் பூனைகள், நரிகள், புனுக்குப் பூனைகள், கீரிகள் என. இதுபோல, மிகப்பெரிய மாட்டுக்கூட்டமும் இருந்தது. அவை அங்குமிங்கும் சாணமிட்டுத் தங்கள் பிரதேச உரிமையை நிலைநாட்டியிருந்தன. "இந்தக் கால்நடைகள் எவருக்கும் சொந்தமானவையல்ல" என்றார் வழிகாட்டி. "அவை காட்டுமாடுகள். முரட்டுத்தனமானவை."

அதோ மரங்களின் மேலே குரங்குகளின் நாடகம்!

பிளாஸ்டிக் பைகளில் உணவைக் கொண்டு நடந்த சில சுற்றுலா பயணிகளைக் குரங்குகளின் கூட்டம் ஒன்று தொடர்ந்து சென்றது. வழிகாட்டி அந்தப் பயணிகளிடம் தங்கள் உணவுப் பைகளை மறைத்து வைத்துக் கொள்ளும்படிச் சொன்னார். உணவு கிடைக்காவிட்டால் குரங்குகளுக்குக் கோபம் தலைக்கேறிவிடுமாம்.

வல்லூறு

தலைக்குமேல் ஏதோ வெண்மையாக நகர்வது தெரிந்து தலையை உயர்த்திய திவ்யானுஷ் மஞ்சள் திருடி வல்லூறுகளின் கூட்டம் சிறகுகளை விரித்தபடி அரவமின்றி மிதந்து வருவதைக் கண்டான். தான் சிறுவனாக இருந்தபோது பறவைகளைப்போல பறக்க முயன்றதை நினைத்துப்பார்த்தான்.

அந்த வல்லூறுக்கூட்டம் அவன் தலைக்கு மேல் சென்றபோது அவன் ஒருவிதமான வெம்மைப் பரவுவதை உணர்ந்தான். அவை நன்கு மேலேசென்றாலும் அவற்றால் இறந்துபோன விலங்குகளின் உடல்களைக் கண்டறிய முடியும். அந்த உயரத்திலிருந்து பார்க்கும்போது திவ்யானுஷ் நிச்சயம் ஒரு சின்ன எறும்பைப்போலத் தெரிவான்.

மாறாக, சாம்பல் நிற வாத்துகள் V வடிவில் வேகமாகப் பறந்து செல்பவை. தனியாகப் பறந்தால் அடிக்கடி சிறகை அசைக்க வேண்டிவரும். ஆனால் கூட்டமாகப் பறக்கும்போது எதிர்க்காற்றின் வேகம் மட்டுப்படும். பறவைகள் கூட்டமாக ஒரு நாடுவிட்டு மற்றொரு நாட்டிற்கு அதிக தூரம் செல்லும்போது, அவை அதிகம் சோர்வடைவதில்லை. குழந்தைகளுக்குப் புரிந்துவிட்டது – பள்ளியிலும் தனியாக ஒன்றைச் செய்வதைக்காட்டிலும் சேர்ந்து செய்வது இலகுவாக இருக்கிறது.

"என்னால் பறவைகளைப் போல பறக்க முடியாவிட்டாலும், ஒரு விமான ஓட்டியாக ஆக முடியும்!" என்று உறுதியுடன் சொல்கிறான் திவ்யானுஷ்.

மஞ்சள் திருடி வல்லூறு

அந்த வனத்தில் வயதான பெரிய, உள் அரித்துப்போன மரம் ஒன்றிருந்தது. அதன் உட்பகுதிகளை வண்டுகளும் எறும்புகளும் தின்றுவிட்டிருந்தன. காளான்களும் பாக்டீரியாக்களும் அவற்றைப் பொடியாக்கிவிட்டிருந்தன.

இந்தப் பழைய மரங்களில் நம் கண்ணுக்குப் புலப்படாதவை ஏராளம் உள்ளன. "கற்பனை செய்துபாருங்கள்" என்ற டாக்டர் மேலும் தொடர்ந்தார் "இந்த மரங்களின் தண்டுப்பகுதியில் எவ்வளவு கரிமம் (கார்பன்) இருக்கிறது. மரத்திலுள்ள இலைகள் வளிமண்டலத்திலிருந்து கார்பனை உள்வாங்கிப் பல ஆண்டுகளாக இந்தத் தண்டுப் பகுதியில் சேமித்து வைக்கின்றன. காலநிலை மாற்றம், புவிவெப்பமாதல் ஆகியவற்றின் தீய விளைவுகளைக் காட்டிலுள்ள மரங்கள் மட்டுப்படுத்துகின்றன."

அந்தப் பிரம்மாண்டமான மரத்தின் முன்னே நின்று குழந்தைகள் ஒரு புகைப்படம் எடுத்துக்கொள்ள விரும்பினார்கள். குழந்தைகளே கொஞ்சம் சிரியுங்கள்!

21

மஞ்சள் மூக்குநாரை

மரங்களின் கீழேயிருந்த சதுப்புநிலம் இப்போது ஒரு ரயில் நிலையம் போல கூட்டமாக இருந்தது! குழந்தைகள் பறவைகளின் அம்சங்களைப் பார்த்து அவற்றைச் சரியாக அடையாளம் காணுமளவுக்குத் தேறிவிட்டார்கள். ஊசிவால் வாத்துக்கள் சேற்றிலிருந்து நத்தைகளையும் புழுக்களையும் தேடித் தின்பதைப் பார்த்தார்கள். தட்டைவாயன் வாத்துகளோ தங்களது பெரிய அலகுகளால் மேற்பரப்பிலுள்ளவற்றைப் பிடித்துத் தின்கின்றன.

கொக்கு

சாம்பல்நாரை

உள்ளான்

"எத்தனை வகையான வாத்துகள்!" என்றாள் லீலா, வழிகாட்டிப் புத்தகத்திலிருந்து தலையைத் தூக்கி.

இலைக் கோழிகளும் நாமக்கோழிகளும் அல்லி இலைகளில் தங்களது பெரிய கால்களை வைத்து நடந்தன.

தாழைக்கோழிகள் பாசிக்கொடிகளைப் பற்றி இழுத்துச் சந்தோஷமாக உள்ளே இறக்குகின்றன.

ஓர் உயரமான நெடுங்கால் உள்ளான் ஓர் அழகிப் போட்டியில் நடப்பதுபோல நடந்துசென்றது.

சாம்பல் நாரை ஒன்றும் ஒரு கொக்கும் நீண்டக் கோரைப்புல்லின் மீது அசையாமல் சிலைபோல நிற்கின்றன. மீனோ தவளையோ அருகில் வந்தால் அவ்வளவுதான், டக்கென்று கொத்திப்பிடித்துவிடும்.

கருப்பு வெள்ளை மீன்கொத்தி

நீர்க்காகம்

கூழைக்கடாக்கள்

மஞ்சள் மூக்குநாரை

இலைக்கோழி

ஆழமான பகுதியில் மீனைத் தேடியபடி மெல்ல நகரும் ஒரு நாரை பல தோல்விகளுக்குப் பிறகு இறுதியாக தனது உணவைப் பிடித்துவிடுகிறது.

ஒரு பாம்புக்கார தாரா மரக்கிளையொன்றில் அமர்ந்திருக்கிறது. அதன் கழுத்து S போல வளைந்திருப்பதால் அது அப்படி அழைக்கப்படுகிறது.

இந்த வாழிடத்தைப் பலவிதமான மீன்களும் தாம் முட்டையிடுவதற்காகப் பயன்படுத்துகின்றன. நீர்ப்பரப்புகளையொட்டியுள்ள மரங்களில் கூடுகட்டிவாழும் பறவைகள் மீன்களைப் பிடித்துத் தங்கள் குஞ்சுகளுக்கு ஊட்டுகின்றன.

குழந்தைகளும் பெரியவர்களும் ஒரு மரத்தின் நிழலில் அமர்ந்தனர். டாக்டர் அவர்கள் அமர்ந்திருந்த இடத்திற்குக் கீழேயிருந்த ஒரு சிறிய பாலத்தைக் காண்பித்தார். நீர் ஒரு பகுதியிலிருந்து எடுக்கப்பட்டு, இந்தச் சதுப்பு நிலத்துக்கு ஒரு ஓடைவழியாகக் கொண்டு செல்லப்படுகிறது.

"பரத்பூரின் மகாராஜாக்கள் நூறு ஆண்டுகளுக்கு முன்னால் இதை நிறுவினார்கள்" என்றார் டாக்டர்

"எதற்காக?" என்று கேட்டாள் வினிதா.

"சதுப்புநிலத்திற்கு நீரைப்பாய்ச்சத்தான்" என்றார் டாக்டர். "இந்த ஓடை மழைநீரை இந்தச் சதுப்புநிலத்திற்கு ஆண்டுமுழுவதும் அளித்துவருகிறது. மகாராஜாக்களும் அவர்களின் விருந்தினர்களும் பறவைகளை வேட்டையாடிவந்தனர். எனவே எல்லாப் பறவைகளுக்கும் இரைகிடைக்க வேண்டும் என்பதற்காக இந்த நீர் அமைப்பை ஏற்படுத்தினார்கள். உயரமான இதன் கரைகள் மக்கள் நடந்து செல்வதற்காகப் பயன்படுத்தப்பட்டன.

குருட்டுக்கொக்கு

தாராக்கள்

வாத்துகள்

ஏரியிலிருந்து வரும் நீர் ஆவியாகிவிடுவதால், நீர் உப்புத்தன்மை அடைந்துவிடுகிறது. குழந்தைகள் உள்ளூர்க் கடை ஒன்றில் தண்ணீர் வாங்கிக் குடித்து அது உப்புக்கரித்தபோதுதான் அவர்களுக்கு இது புரிந்தது. வனத்துறையின் நீர் மேலாண்மை காரணமாக இப்போது ஆயிரக்கணக்கான பறவைகளுக்கு அங்கு உணவு கிடைக்கிறது.

வெப்பம் ஏறிக்கொண்டே சென்றதால் எல்லோருடைய தண்ணீர் பாட்டில்களும் காலியாகிவிட்டன. தாகமெடுத்த குழந்தைகளுக்கு நடுப்பகல் வெயிலின் சூடு உறைக்கத் தொடங்கியது.

ஆனால் இந்த வெப்பம்தான் பரத்பூருக்குப் பறவைகளை ஈர்க்கிறது என்பதை அறிந்தபோது அவர்கள் ஆச்சரியப்பட்டார்கள். குளிர்காலம்தோறும் குளிர் பிரதேசங்களிலிருந்து ஆயிரக்கணக்கான மைல்கள் தாண்டிப் பறவைகள் பரத்பூரின் கதகதப்பிற்காகச் சில நாட்கள் தங்கிப்போக வருகின்றன.

கிறிஸ்மஸ் விடுமுறையைப்போல, எண்ணிக்கொள்கிறான் கவுரன்ஷ்.

"ஆனால் கடந்த சில ஆண்டுகளாக இந்த வலசைப் பறவைகள் பரத்பூருக்கு வருவதில்லை" என்றார் டாக்டர். "என்ன காரணம் என்று தெரியவில்லை. ஒருவேளை அவை வரும்வழியிலேயே கொல்லப்படுகின்றனவோ என்னவோ. சரணாலயத்தின் உள்ளே பறவைகள் பாதுகாக்கப்படுகின்றன. ஆனால் வெளியே மக்கள் இன்னும் அவற்றைத் துன்புறுத்திக் கொண்டுதான் இருக்கின்றார்கள்."

"இந்தச் சரணாலயம் பாதுகாப்பான இடமாக இருப்பதற்கு இதுவும் ஒரு காரணம்" என்றார் முனைவர் யார்டி. "முன்பெல்லாம் இங்கிருந்த மக்களும்கூட பறவைகளை வேட்டையாடுவதும் சுடுவதுமாக இருந்தார்கள். சலீம் அலிதான் ஜவகர்லால் நேருவிடம் இந்த இடத்தைப் பறவைகள் சரணாலயமாக மாற்றக் கேட்டுக் கொண்டார்."

இப்போதும் இங்குப் பறவைகளைச் சுடுகிறார்கள், ஆனால் கேமராவில்.

திலீப் எதுவும் பேசவில்லை. ஆனால் சலீம் அலியைப் போல அவனும் ஒரு தீர்மானம் எடுத்துக்கொண்டான். அவன் வளர்ந்ததும் பறவைகளைத் துயரமான முறையில் மரணமடைய ஒருபோதும் விடமாட்டான். சரணாலயத்தைச் சுற்றிப் பார்த்துவிட்டுக்

குழந்தைகள் உணவு விடுதியை அடைந்தார்கள். மதிய உணவு உண்பதற்காக ஒரு மரத்தின் கீழே வட்டமாக அமர்ந்தார்கள். பசியுடன் இருந்த காட்டுச் சிலம்பன்கள் உணவுத்துணுக்குகளைத் தின்பதற்காகத் தத்தித்தத்தி வந்தன. ஆனால் சமைத்த உணவு அவற்றிற்கு நல்லதல்ல. ஏனென்றால் அது அவற்றின் இயல்பான உணவல்ல. சில நிமிடங்களுக்குப் பிறகு காகங்களும் மைனாக்களும் வந்தன. பறவைகள் பார்வையாளராகும் நேரம் அது என்பது தெளிவானது.

காட்டுச்சிலம்பன்

உணவைக் கீழே சிந்தக்கூடாது என்பதிலும் பிளாஸ்டிக் அல்லது காகிதத்தை விட்டுச் செல்லக்கூடாது என்பதிலும் அனைவரும் கவனமாக இருந்தனர்.

அவர்கள் மனநிறைவுடன் வாயிலை நோக்கித் திரும்பி நடந்தார்கள். அவர்கள் பல உயிரினங்களைப் பார்த்தார்கள்; பல இசைக்கச்சேரிகளைக் கேட்டார்கள்!

அந்தச் சில மணி நேரங்கள் குழந்தைகள் தங்களை ஒரு வித்தியாசமான உலகின் ஊடாகப் பயணம் செய்யும் துணிச்சல்மிக்க கண்டுபிடிப்பாளர்களைப்போல உணர்ந்தார்கள்.

'இந்தியாவின் பறவைமனிதர்' சலீம் அலியின் பெயரால் இமாலயக் காட்டுப் பூங்குருவி Zoothera Salimali என்று அழைக்கப்படுவதுபோல, ஒருநாள் இவர்கள் பெயரிலும் ஏதோ ஒரு பறவை பெயரிடப்படலாம். அப்படி நடக்குமானால் எவ்வளவு குதூகலமாக இருக்கும்?

பூங்குருவி

நீங்களும் வரைந்து பார்க்கலாமே!

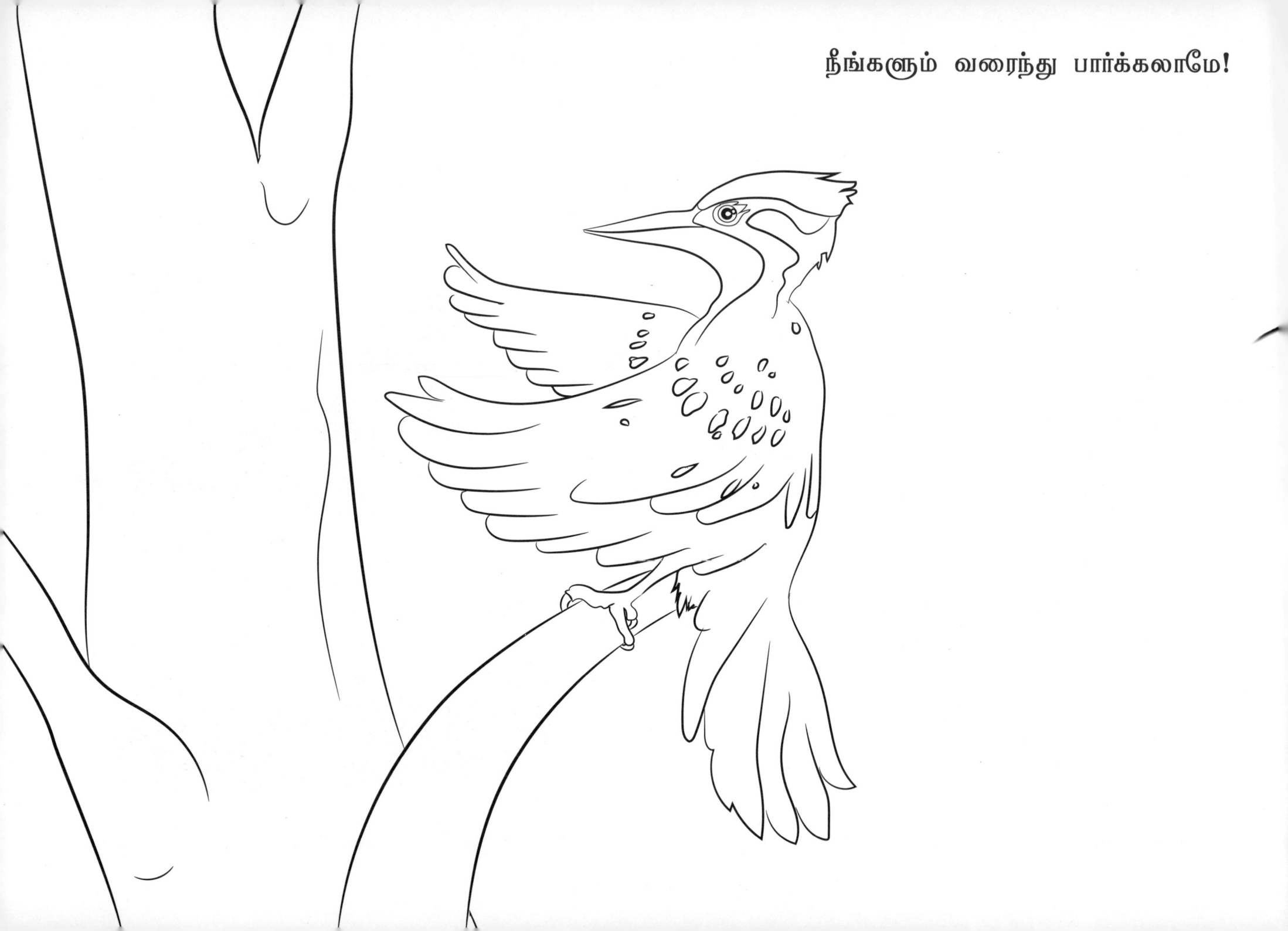

சிறகடிக்கும் கற்பனைகள்!

சைபீரியாவிலிருந்து பரத்பூருக்குப் பறவைகள் எந்த வழியாக வருகின்றன?

பல வலசைப் பறவைகள் குளிர்காலங்களில் குளிர்ப்பிரதேசமான சைபீரியாவிலிருந்து கதகதப்பான பரத்பூருக்குப் பறந்து வருகின்றன. இந்தப் பறவைகளுக்கான பாதுகாப்பான பயணத்தை எப்படித் திட்டமிடுவாய்? பறவைகள் ரயிலை விட வேகமாகப் பயணம் செய்பவை என்று நீ நினைக்கிறாயா?

அழியும் நிலையிலுள்ள பிற விலங்குகளின் உணவு பிரமிடை விவரி.

பரத்பூரிலுள்ள உணவு பிரமிடு பலவிதமான பறவைகள் உயிர்தரிப்பதற்கு உதவுவதைப் பார்த்தாய். புலி அல்லது காண்டாமிருகம் போன்ற பிற இனங்களுக்கு அவசியமான உணவு பிரமிடு என்னவாக இருக்கும்? இந்தியாவெங்கும் உள்ள வெவ்வேறு சரணாலயங்கள் அங்கு வாழும் விலங்குகள், பறவைகளின் உணவுத்தேவையை எவ்வாறு சமாளிக்கின்றன என்று யோசி.

புதிய பறவை ஒன்றை உன்னால் உருவாக்க முடியுமானால் அது எவ்வாறு இருக்கும்?

பறவையினங்களை அடையாளம் காண்பதற்கான பல்வேறு அம்சங்கள் இப்போது உனக்குத் தெரியும் என்பதால், நீயே ஒரு பறவையை வடிவமைத்துப்பார்! அதற்கு வண்ணமும் வடிவமும் வித்தியாசமான அழகிய அலகையும் வழங்கு. அது என்ன உண்ணும் – புழுக்களா, பழங்களா அல்லது பீஸாவா? அதன் பெயர் என்னவாக இருக்கும்? நீ அதனிடம் 'ஹலோ' என்றால் அதுவும் பதிலுக்கு 'காவ்காவ்' என்றோ அல்லது 'வணக்கம்' என்றோ அல்லது வேறு ஏதாவதோ சொல்லுமா?

பறவைகளின் மொழியைப் புரிந்து கொள்ள முடிகிறதா என்று பார்.

சேவல் கூவுகிறது, காக்கையோ கரைகிறது, குருவிகள் டிவிட்டுகின்றன, ஆந்தைகளோ அலறுகின்றன, புறாக்கள் கூவுகின்றன, வாத்துக்கள் கொக்கரிக்கின்றன. இதுபோல பிற பறவைகளும் விலங்குகளும் தங்களுக்குள் பேசிக்கொள்ளும்போது உருவாக்கும் ஒலிகளை உன்னால் கற்பனை செய்ய முடியுமா?

நீ வாழும் மாநிலத்தின் மரத்தை அடையாளம் காண்.

இந்தியாவிலுள்ள ஒவ்வொரு மாநிலத்திற்கும் அதற்கென ஒரு மரம் உள்ளது. அது அரசுச் சின்னமாக ஏற்றுக்கொள்ளப்பட்டிருக்கிறது. இந்த மரங்கள் அந்தந்தப் பிரதேசங்களுக்கே உரித்தானவை; அதாவது பல்லாண்டு காலம் அங்கேயே தோன்றி வளர்ந்தவை. உள்ளூர் மரங்கள் தம் சொந்தப் பிரதேசங்களின் சூழலுக்கு ஏற்றாற்போல தம்மைத் தகவமைத்துக் கொள்பவை. நீ வாழும் பிரதேசத்தில் உள்ளூர் மரங்கள் எவையேனும் உள்ளனவா? அதன் இலைகள், மலர்கள், பழங்களை விவரி.

ஒரு நாரையைப் போல எவ்வளவு நேரம் நீ ஒற்றைக் காலில் நிற்கமுடியும்?

நாரை, பிளமிங்கோ போன்ற பறவைகள் நீண்டநேரம் ஒற்றைக்காலில் நிற்கின்றன. தம் உடலின் வெப்பத்தைத் தக்கவைத்துக்கொள்வதற்காக அவை அப்படி நிற்பதாக விஞ்ஞானிகள் சிலர் கூறுகின்றனர். இந்தப் பறவைகள் யோகா குருக்களாகக்கூட இருக்கலாம்! இந்த யோகாசனத்தை என்னவென்று அழைப்பாய்?

First published in Tamil in 2018 by
Aal Children Publishing Pvt. Ltd
New No. 669, K.P. Road
Nagercoil - 629 001
Tamil Nadu
E: aalpublisher16@gmail.com

ISBN 978-93-86820-62-4

Distributed by
Kalachuvadu Publications Pvt. Ltd
Nagercoil
T: +91 4652 278 525
M: +91 96 77 778 863
E: nagercoil@kalachuvadu.com

Rs. 150/-

First English edition published in India
in 2018 by
Mapin Publishing Pvt. Ltd
706 Kaivanna, Panchvati, Ellisbridge
Ahmedabad 380006 INDIA
T: +91 79 40 228 228
F: +91 79 40 228 201
E: mapin@mapinpub.com
www.mapinpub.com

Text and Illustrations ©
Mapin Publishing

All rights reserved under international copyright conventions. No part of this book may be reproduced or transmitted in any form or by any means, electronic or mechanical, including photocopy, recording or any other information storage and retrieval system, without prior permission in writing from the publisher.

The moral rights of the author and illustrator of this work are asserted.

Series Editor: Narayani Gupta
Copyediting: Mithila Rangarajan /
 Mapin Editorial
Design and Production:
 Gopal Limbad, Darshit Mori /
 Mapin Design Studio

Printed in India

The creation of this book was supported by Parag, an initiative of TATA Trusts.

Editorial Board:
 Krishna Kumar
 Girish Joshi
 Swaha Sahoo
 Sopan Joshi
 Narayani Gupta

parag
AN INITIATIVE OF
TATA TRUSTS

டாக்டர் இராக் பரூச்சா: பகலில் மருத்துவர், இரவில் சூழலியல் நாயகர்! இந்தியாவின் அற்புதமான இயற்கைவளப் பாரம்பரியத்தைப் பாதுகாக்கப் பல ஆண்டுகளாகப் பணியாற்றி வருபவர். புத்தகம் வழியாக மட்டும் என்றில்லாமல் குழந்தைகள் இயற்கையை நேரடியாகக் கண்டு அதனோடு உரையாடி அதைத் தெரிந்துகொள்ள வேண்டும் என்பதற்காக அவர்களைச் சரணாலயங்களுக்கும் பிற பகுதிகளுக்கும் அழைத்துச் செல்வதில் அவருக்குப் பெரும் ஈடுபாடு. இந்தியாவின் இயற்கை வளப் பாரம்பரியத்தின் பெரும்பகுதி அழிந்துவிட்டபோதும், இன்றைய குழந்தைகள் வளர்ந்து பெரியவர்களானதும் நமது காடுகளையும் நதிகளையும் உயிரினங்களையும் பாதுகாப்பார்கள் என்பது அவரது நம்பிக்கை.

மாயா ராமசாமி: மாயா ராமசாமியும் அவரது சகோதரிகளும் குழந்தைகளாக இருந்தபோது அவர்களின் விளையாட்டுப் பொழுது முழுவதும் கரப்பான், பூரான்கள் போன்றவற்றுடனே கழிந்தது. எப்போதும் பரபரப்பாக இருக்கும் அவர்களது அப்பாவுக்கு வாழ்வின் மீது ஆழ்ந்த மரியாதை இருந்தது; காட்டு உயிர்களும் வாழும் ஜீவன்கள்தான் என்பதை அவர்களுக்கு அவர் கற்றுக் கொடுத்தார். இந்தியாவின் காடுகள் பற்றிய வியப்புடனும் காதலுடனும் வளர்ந்தவர் மாயா. காட்டுயிர்கள், அவற்றின் பாதுகாப்புத் தொடர்பாகக் குழந்தைகளுக்காக எழுதப்பட்ட பல புத்தகங்களுக்கு அவர் சித்திரம் தீட்டியுள்ளார். பறவைகளை அவதானிப்பதற்கும் பட்டாம்பூச்சிகளை வியந்து பாராட்டுவதற்கும் குழந்தைகள் நேரம் ஒதுக்க வேண்டும் என்பது அவரது ஆசை.

தி.அ. ஸ்ரீனிவாஸன்: கன்னியாகுமரி மாவட்டத்தின் வனப்புமிக்க கிராமம் ஒன்றில் பிறந்து வளர்ந்த இவரது தாய்மொழி துளு. மொழிபெயர்ப்பில் ஈடுபாடு கொண்டவர். துருக்கிய முன்னோடி நாவலாசிரியரான அஹமது ஹம்தி தன்பினாரின் A Mind at Peace நாவல் இவரது தமிழ் மொழிபெயர்ப்பில் வெளிவந்துள்ளது.